வாழ்வியல்

சா.நாகூர் பிச்சை

Copyright © S. Nagoor Pitchai
All Rights Reserved.

ISBN 978-1-63957-277-9

This book has been published with all efforts taken to make the material error-free after the consent of the author. However, the author and the publisher do not assume and hereby disclaim any liability to any party for any loss, damage, or disruption caused by errors or omissions, whether such errors or omissions result from negligence, accident, or any other cause.

While every effort has been made to avoid any mistake or omission, this publication is being sold on the condition and understanding that neither the author nor the publishers or printers would be liable in any manner to any person by reason of any mistake or omission in this publication or for any action taken or omitted to be taken or advice rendered or accepted on the basis of this work. For any defect in printing or binding the publishers will be liable only to replace the defective copy by another copy of this work then available.

பொருளடக்கம்

1. தனித்துவம் — 1
2. துணிந்தெழு — 2
3. வாழ்க்கை — 4
4. மாற்றி யோசிப்போம் — 5
5. எங்கே நிம்மதி — 7
6. எது நிரந்தரம் — 8
7. நட்பு — 9
8. விட்டுக் கொடுப்போம் — 10
9. தியாகம் — 11
10. நடுத்தர வர்க்கம் — 13
11. விதி — 15
12. பயம் — 16
13. ஏமாற்றம் — 17
14. உழைப்பே உயர்வு — 18
15. தோற்றம் — 19
16. காத்திருக்கும் வாய்ப்பு — 21
17. வெற்றியின் இலக்கு — 22
18. சிறைப்பட்ட மனிதன் — 23
19. மனித நேயம் — 24
20. கற்றுத்தந்த கொரோனா — 25
21. நாத்திகம் — 27
22. பெண்ணியம் — 30
23. பெண்களும் போர்க்களமும் — 32
24. புகழ் — 34

பொருளடக்கம்

25. காதல் செய்	36
26. தோல்வியை தோற்கடிக்கலாம்	38
27. சுதந்திரம்	39
28. உணவு	40
29. இந்தியா	42
30. அழகி	44
31. கொரோனா பிடியில்	45
32. இறைவேதம்	46
33. உலகின் பொக்கிஷம்	47
34. இறைவா	49
35. ரமழான் மாதம்	51
ஆசிரியர் உரை	53

1. தனித்துவம்

மனிதன் தனிமை படுத்தப்படும் காலம்
தனித்துவம் தானாக வெளிப்படும் வாழ்வில்..
தனித்து இருக்கும் சூரியன் பகலிலும்
விழித்து இருக்கும் சந்திரன் இரவிலும்
தனிமையே என்று உணர்ந்தால் -இங்கு
ஒழுங்காய் உலகம் இயங்குவது எப்படி ?
மண்ணில் வாழ்க்கையை வென்று வந்தவர்கள்
ஒரு நாள் வாழ்வில் யாராலோ எங்கோ
தனிமைப் படுத்தப் பட்டவர்களாகத் தான்
நிச்சயம் இங்கு இருக்க முடியும்....
பிறந்த வீட்டில் இருந்து மணப்பெண்ணாக
புகுந்த வீட்டில் தனித்துவத்தைக் கொண்டு
மகத்துவத்தை வெளிப்படுத்துகின்றாள் தானாக...
தனிமையை பாரம் என்று சொல்லுபவர்கள்
திறமையைத் தேடி வளர்த்துக்கொண்டால்
தனித்துவம் தானாக வெளிப்படும் அழகாக...
தேவைகள் சிறக்க தரம் பார்க்கின்றோமே,
வாழ்க்கை தரமாக இருக்கின்றதா பார்க்கின்றோமா?
தரமான மனிதனாக மாற்றுவதற்கே காலம்
தனிமை படுத்துகின்றது தனித்துவத்திற்காக ...
பாடசாலையை அழகாக்கும் ஆசானின் தனித்துவமே
ஆயிரம் தலைவர்களை உருவாக்கும் மகத்துவமாக. .
சிந்தனையின் பிறப்பிடம் தனிமை என்றால்
தனித்துவத்தின் மகத்துவம் இனிமை தானே....

2. துணிந்தெழு

துணிந்தெழு தோழா துணிந்தெழு ..
துயரம் துடைத்திட துணிந்தெழு ..
துணிவை துணைக் கொண்டு எழுந்திடு..
பயமே பயந்திட துணிந்தெழு ...
தோல்வி என்பது இனி இல்லை ..
வெற்றி என்பதே உன் எல்லை ...
துரோகம் யாரும் இழைத்தாலும்
சோகம் தொடர்ந்து கொடுத்தாலும்
நெருப்பை அணைக்கும் நீர் போல..
துணிவை துணைக்கொண்டு வென்றிடு...
வெற்றியின் வழியிலே சென்றிடு.....
இங்கு கயவர்கள் சேர்ந்து உழைப்பார்கள்..
விழி மேல் விழி வைத்துப் பார்ப்பார்கள்...
உன் முயற்சியைத் தடுக்க நினைப்பார்கள்...
நாளும் வெற்றியை முடக்கத் துடிப்பார்கள்...
இந்த உலகமே சேர்ந்து உதைத்தாலும்
மனதிலே -உறுதியின் உதவிக் கொண்டு
ஏணியைப் போல நீ மிதித்தால்
எட்டி பிடிக்க வான் இருக்கும் ...
எத்தனை துன்பங்கள் வந்தாலும்
எத்தனை துயரங்கள் கொண்டாலும்
நெஞ்சினில் ஒன்றை விதைத்து விடு...
மனிதனை மனிதனாய் போற்றி விடு... ..
மனிதம் வாழ்வில் நிலைத்து விடு...

சா.நாகூர் பிச்சை

துணிவால் வாழ்வை வென்று விடு ...

3. வாழ்க்கை

மனிதன் வாழ்க்கை ஒரு தேன்கூடு
தேனீக்களாய் என்றும் எமது பாடு..
தேவைகள் சிறக்க சில்லறைத்தேடி,
சில்லறையே நிம்மதி என்று நாடி
தன்நிலை மறந்து திசையில் ஓடி,
சேர்க்க நினைப்போம் ஆயிரம் கோடி
நிற்கும் ஒரு நாள் உயிரின் நாடி..
உறவே புதைக்கும் மண்ணை மூடி..
அன்று - சேர்ந்து வருமா ஜோடி?
எமது வாழ்வில் சேர்த்த கோடி?
தேனீ -தேனிற்காக திசைகள் பறந்து ,
கூட்டில் சேர்க்கும் ஒன்றாய் இணைந்து.
எல்லாம் இணைந்து சேர்த்த தேனே ,
தனக்கு இல்லாமல் போகும் தானே...

4. மாற்றி யோசிப்போம்

எங்கே செல்கிறது எமது வாழ்க்கை ?
எதனை நோக்கியவாறு எமது பயணம் ?
மனிதன் பிறப்பும் இறப்பும் எதற்காக ?
அதில் வாழ்க்கை என்பது எதற்காக ?
வாழ்க்கை என்னவென்று காலம் சொல்லும்
வாழ்ந்தது என்னவென்று உலகம் சொல்லும்
மனிதன் வாழ்வதோ குறைந்த காலம்
வாழ்க்கையை மறுப்பது என்ன நியாயம் ?
உலகில் வாழ்க்கை என்பது வாழ்வதற்கு
எமது வாழ்வால் உலகம் சிறப்பதற்கு
வாழ்க்கை என்பது ஒரு முறையே
வாழட்டும் என்றும் தலைமுறையே
அழகாய் பூக்கள் பூத்தாலும் -என்றும்
அதன் வாழ்க்கை என்பது சிறப்பாகும்...
நாளும்- விடியல் என்பது புதிதாகும் ..
பிறக்கும் நொடிகள் யாவும் புதிராகும் ..
வீசும் காற்று என்றும் புதிதாகும்..
பேசும் பேச்சு என்றும் புதிதாகும்..
நேற்று என்பது கடந்தாலும் -இங்கு
உலகில் இன்று என்பது நிலையாகும் .
நினைவில்- நாளை என்பது புதிதாகும்.
வாழ்வில் இலக்கு என்பது முடிவானால்
அழகாய்- வாழ்க்கை என்பது புதிதாகும் ..
எமது வாழ்க்கை சிறப்பாய் இல்லையென்றால்

வாழ்வில் ஏதோ ஒன்று குறையாகும் -அதற்கு
மனதில் மாற்றம் ஒன்றே மருந்தாகும் ..
வாழ்க்கை சிறக்க வேண்டுமென்றால் -உடனே
மனதில் மாற்றம் ஒன்றே வழியாகும் ...

5. எங்கே நிம்மதி

நிம்மதி இல்லாத இடத்தில் நிம்மதியை
தேடுகின்றோம் நிம்மதி கிடைக்குமென்று ...
தொலைத்த பொருளை இருளில் தேடுகின்றோம்
வெளிச்சத்தில் தேடுவதை விட்டுவிட்டு ...
தொலைத்த பொருளை இருளில் தேடுவதை
விட்டுவிட்டு முதலில் வெளிச்சத்தை நாடவேண்டும் ,
பிறகு அங்கு வெளிச்சத்தின் உதவியினாலே
தேடும் பொருளை அடைய வேண்டும் ..
அதுபோல சிலரின் வாழ்க்கையும் அப்படித்தான்..
நிம்மதி என்ற பொருளை அன்பு என்ற வெளிச்சத்தில்
தேடாமல் .பணம் ,புகழ் ,பதவி என்ற மன இருளிலே
தேடிக்கொண்டே இருக்கின்றோம் .நிச்சயமாக
ஒருநாள் வாழ்வில் நிம்மதி கிடைக்குமென்று ..
நிம்மதி என்பதை தனக்குள்ளேயே வைத்துக்கொண்டு
வாழ்க்கை முழுதும் தேடிக்கொண்டு இருக்கிறோம் .
நிம்மதி என்பது பிறர் கொடுத்து வருவது அல்ல
பிறர்க்கு மனதால் கொடுத்து அவர்கள் பயன்பெறுவதே ...

6. எது நிரந்தரம்

உலகில் உள்ளது நிரந்தரம் என்று
உலகம் இயங்குது உண்மையில் இன்று....
உலகே இங்கு நிரந்தரம் இல்லை
உண்மை புரிந்தால் இல்லை தொல்லை....
மண்ணில் பிறந்த உயிர்கள் யாவும்,
வாழ்க்கை- நிரந்தரமென்று நினைத்தே வாழும் .....
மண்ணில் எதுவும் நிரந்தரம் இல்லை
மண்ணே உயிர்களின் முடிவின் எல்லை...
சேர்த்து சேர்த்து வைத்த பணமும்
சேர்ந்து வந்த பெயரும் புகழும்
கட்டி வைத்த அழகு வீடும்
ஆட்சி செய்யும் கோட்டைச் சுவரும்
கூடி வாழ்ந்த சுற்றமும் உறவும்..
வாழ்வில் நிரந்தரம் என்று வாழுகின்றோம்.
நாளும்- தேடித் தேடி அலைகின்றோம்.
எது நிரந்தரம் என்று புரியாமல்..
பத்துமாதம் இருந்துவிட்டால் -இங்கு
தாயின் கருவறையும் நிரந்தரமா?
வாழ்வில் பக்குவமாய் வாழ்ந்தால் கூட
முடிவில் உடலும் உயிரும் நிரந்தரமா?
நிரந்தரம் என்ற ஒற்றைச் சொல்லின்
மந்திரம் போன்ற கருவாகும்-அது
இறைவன் என்பதே பொருளாகும் ....
இறையருளே என்றும் நிலையாகும்...

7. நட்பு

வெற்றியின் ரகசியம் வாழ்வில் அதிசயம்
எமது உள்ளத்தில் அமைதியின் அவசியம்...
இதயத்தின் அனுமதியால் குடியேறும் அடைக்கலம்
அனைவரின் வாழ்விலும் கிடைத்திட்ட அற்புதம்..
இறைவனால் கொடுக்கப்பட்ட அழியாத வரம்
மதிப்பீடில்லாத பொக்கிஷம் நட்பு ஒன்றே ....
நல்ல நட்பு என்பது நேசத்தின் சுவாசம்
உயிர் வாழும் சுவாசத்தின் அடையாளம்..
நட்பு இல்லாத வாழ்க்கையும் இல்லை
நட்பு இல்லையென்றால் வாழ்க்கையே இல்லை ..
தேர்ந்தெடுக்கும் நட்பு என்பது அழகானால்
எமது வாழ்க்கை என்றும் சிறப்பாகும் ..
நட்பை தவறித் தேர்வு செய்தால்
அந்த நட்பே எமக்கு வினையாகும் ..
எதிலும் உறவே இல்லாத இறைவனுக்கும்
இறை நேசம் கொண்ட மனிதருக்கும்
நட்பு ஒன்றே உறவாகும் -எமக்கு
இறைநேசம் கிடைத்தால் அது போதும் ...

8. விட்டுக் கொடுப்போம்

ஒரு கணவன் தன் மனைவிக்கு சிறந்த காவலன் மட்டுமல்ல சிறந்த காதலனும் கூட..
சிறந்த காவலனாக இருக்கும் பொழுது அவள் கண்ணியப் படுகின்றாள்.
சிறந்த காதலனாக திகழும் பொழுது அவள் புண்ணியப் படுகின்றாள்...
நிம்மதியாக இருந்த வாழ்வில் ஒற்றுமையாய் இணைந்த உள்ளத்தில்
யாரோ ஒருவரின் வகையில்
ஏதோ ஒன்றின் முறையில்
உள்ளங்கள் உடைந்து போகலாம்..
அப்படிப்பட்டத் தருணங்களில் அழகாய்
விட்டுக்கொடுப்பவர்கள் கெட்டுப் போவதில்லை வாழ்வில்..
விட்டுக்கொடுங்கள் இறைவனுக்காக...
விட்டுக் கொடுங்கள் இணையவளுக்காக..
விட்டுக் கொடுங்கள் இணையவனுக்காக...
நித்தமும் நிம்மதியே நிலைத்திருக்கும் வாழ்வில்...
அப்படி தொடர்ந்தும் விட்டுக்கொடுத்தும் வாழ்வில் மாற்றம் இல்லையென்றால் விட்டுக்கொடுப்பது வெட்டி வேலைத்தானே ...
என்று மனம் உருக வேண்டாம் அதற்கான கூலி நிச்சயம் இறைவனிடத்தில்...

9. தியாகம்

அருமையான தியாகத்தை பெருமையாகச் சொல்வோம்...
திறமையான தியாகத்தை அருமையாகக் கொள்வோம் ....
அன்பான தியாகத்தை அழகாகச் சொல்வோம் ....
அறிவான தியாகத்தை தெளிவாகச் சொல்வோம் ...
தியாகம் இல்லாத வாழ்க்கையும் இல்லை ,
தியாகமே எதிலும் வெற்றியின் எல்லை .. ...
தாயின் வயிறுக்கொண்ட கருவறையை
தியாகம் செய்தோம், அற்ப உலகிற்காக...
கவலையில்லாத குழந்தைப் பருவம் கருணையின்றி
தியாகம் செய்தோம்... இனிமையான இளமைக்காக ....
வலிமையான வாலிபத்தில் வாழ்ந்து வந்த காலத்தை
முதிர்ந்த நிலை அனுபவத்தின் முதுமையெனும் முகவரியில்
முழுவதுமாய் தியாகம் செய்தோம் முழுமனதாய் ...
தியாகங்கள் பலநூறு ,அதன் யூகங்கள் பலவேறு ..
தீமையை தியாகம் செய்தால் நன்மையே இலாபமாகும்
நன்மையை தியாகம் செய்தால், தீமையே பாவமாகும் ...
படைப்பினத்தை எதிர்பார்த்து ,படைத்தவனே எதிர்பார்ப்பான்..
படைப்பினங்கள் தியாகம் கொண்டால் ,படைத்தவனே பரிசளிப்-
பான்..
மண்ணில் புதைந்த விதைகளாய் சிலரின் தியாகம் ...
மரத்தில் விளைந்த கனிகளாய் சிலரின் தியாகம்...
அன்னையின் தியாகம் அன்பின் மடியில் ...
தந்தையின் தியாகம் உழைப்பின் வடிவில் ...
மணப்பெண் புகுந்த வீடு காரணத்தால்

பிறந்த வீடு தியாகம் செய்வாள் ..
ஆணின் தியாகம் பெண்ணிற்கும்,
பெண்ணின் தியாகம் ஆணிற்கும்
இருவரின் தியாகம் போதுமென்ற வாழ்க்கைக்கு..
மனோ இட்சையை தியாகம் செய்வோம்
வாழ்வில் மகிழ்ச்சியாய் வாழ்ந்து வெல்வோம் ....

10. நடுத்தர வர்க்கம்

மனிதனாய் பிறந்து விட்டோம்,அழகாய்
மனித குலம் பெருமை கொண்டோம்
அடையாளமாய் அர்த்தமுள்ள பெயர்களை
இங்கு அழகழகாய் சூடி கொண்டோம்
ஆனால் - மனிதனாய் வாழும் காலம் மட்டும்
பொருளின் தரம் பார்த்து பழகுகின்றோம்..
வாழ்க்கையில் -எத்தனையோ நாள் இருக்கும்
எப்படியோ கடந்திருப்போம், எத்தனை மனிதர்களிடம்
எங்கெங்கோ வசித்திருப்போம், எத்தனையோ
திசைகளிலும் எப்படியும் வாழ்ந்திருப்போம்
எங்கும் அலைந்தோடும் வாழ்க்கையிலே
அழகாய் எமக்கு அனுதினமும் அனுபவமே….
குலத்திலே ஒரே இனம் என்றாலும், உலகில்
மனிதன் குணத்திலே வெவ்வேறு வகைதானே …
வாழ்க்கை வாழ்பவர்கள் வாய்மொழிச் சொல்வதுண்டு
குணத்தில் கோடீஸ்வரனாய் இருந்தென்ன பயனோ?
வாழ வேண்டுமெனில் பணம், காசு தேவையென்று …
பணம் இருப்பவருக்கு தேவையில்லை -எமக்கு
யாரும் இல்லையென்றாலும் கவலையில்லை
கொண்ட வாழ்வில் சொத்து ,சுகம் ஏதும் இல்லை
இங்கு சொந்தம் இல்லை, என்று யாரும் இல்லை ..
உறவின், குடும்பத்தின் தேவைகளை பூர்த்தி செய்ய
பணம் காசு தேவையென்று, கூலி வேலைபார்த்தும் கூட
அன்றாட வாழ்க்கையினை அழகாக மெல்ல நகர்த்தி

அனுபவத்தை அணிகலனாக அணிந்து கொண்டு
அனுதினத்தை படிக்கல்லாக நினைத்து கொண்டு
பொருள் இருந்தாலும் வாழுகின்றோம், வாழ்வில்
எதுவும் இல்லையென்றா லும் தேடுகின்றோம்
நிச்சயம் நாளைய வாழ்வு ஜெயிக்குமென்று ....

11. விதி

வாழ்வில் விதியை வெல்ல முடியுமா ?
விதியை அழகாய் வெல்ல முடியும்
இறைவன் எமக்கு தந்த மதியாலும்
இறைவன் கற்றுத் தந்த வழியாலும் ..
எல்லா உயிரையும் இறைவன் படைத்து
அதனை இயக்க முறையை அமைத்து
விதியின் மூலம் வாழ்வை கொடுத்து
அவனை நாளும் நினைக்க வைத்தான் ...
விதியை வெல்லும் விடையில் ஒன்று -அது
இறைவனிடம் கையேந்தி கேட்கும் முறையில்
தொடர்ந்து நிர்பந்தம் என்ற மொழியினிலே ....
அழுது பிரார்த்தனை என்னும் வடிவினிலே ...
விதியை வெல்லும் விடையில் இரண்டு -அது
எந்த சதியையும் வீழ்த்தும் தர்மம் ஆகும் ..
இறைவனை நினைத்து தர்மங்கள் செய்தால்
தர்மம் ஒன்றே விதியை மாற்றும் ...
விதியை நினைப்பவன் ஏமாளியா ?உலகில்
விதியை நினைத்துக் கொண்டே வாழ்வில்
முயற்சிகள் ஏதுமின்றி இருப்பவர் தான் ஏமாளி ..
விதியை வெல்ல இறைவன் கொடுத்த
மதியின் மூலம் விதியை மாற்ற நாளும்
முயற்சிகள் தொடர்ந்து வாழ்க்கையை வென்று
முடிப்பவனே உண்மையான அறிவாளி உலகில் ...

12. பயம்

பயம் இருந்தால் பஞ்சும் பயமுறுத்தும்
துணிவு இருந்தால் நஞ்சும் அமிர்தமாகும்..
பாம்பாட்டி பாம்புக்கு பயந்தால் என்னவாகும் ?
படகோட்டி நீருக்கு பயந்தால் என்னவாகும் ?
வீரம் கொண்ட நெஞ்சம் வாழ்வில்
உயிரைக் கண்டு பயந்தால் என்னவாகும்?
எதிலும் துணிவு ஒன்று போதும்
அழகாய் பணிவு காட்டும் யாவும்..
மனதில் சிறிது பயம் இருந்தால்
உடலில் உதிரமும் உறைந்து போகும்
உண்மையில் உணர்வுகள் உதிர்ந்து போகும்
வாழும் வாழ்க்கையே தொலைந்து போகும்.
பயம் இருந்தால் துணிவு பிறக்குமா ?
துணிவு பிறந்தால் பயம் பறக்குமே!

13. ஏமாற்றம்

வாழ்வில் ஏன் இந்த மாற்றம் ?
இங்கு எல்லாமே எமக்கு ஏமாற்றம்..
மண்ணில் யார் யாரையோ நம்பி,
தன்னையே மறந்ததால் வந்த மாற்றம்..
வாழ்வில் நம்மையே நம்பியவர்க்கு- மனதால்
துரோகம் அளித்ததால் வந்த மாற்றம் ..
சுய நலமாய் தன்னையே நினைத்து
மனிதனை மறந்ததால் வந்த மாற்றம்..
பொன்னிற்காக பொறாமையால் வந்த மாற்றம்..
பெண்ணின் அழகால் வந்த மாற்றம்
ஆணின் அறிவால் கொண்ட மாற்றம்
உலகில் அழகான வெறும் காட்சியால் ,
கண்களை நம்பியதால் வந்த மாற்றம்...
வாக்குறுதியால் அழகான வாழ்க்கையை வாழாமல்
வாழ்வில் இருப்பதை இழந்ததால் மாற்றம் ..
தலைமையினால் தலைகீழாக போனதே மாற்றம்..
போதனைக்கும் திருந்தாத மனமும் -சிலரின்
ஏமாற்றத்தால் அழகாய் திருந்தியது சாதனையே ..
எமக்கு இறைவன் கொடுத்த அறிவு
என்றும் இருக்க வேண்டும் தெளிவு .
வாழ்வில் ஏமாற்றம் என்பது அறிவீனம்
நாளும் அறிவுத் தேடலின் பலகீனம்...
வாழ்வில் ஏமாற்றம் என்பது அறிவின்மையே,
எதிலும் ஏமாறாமல் இருப்பது அறிவுடமையே !

14. உழைப்பே உயர்வு

வாழ்வில் சன்மானம் சிறிது சேர்க்க,
எங்கும் தன்மானம் இழக்க வேண்டாம் ...
எமது மானம் உயிரிலும் உயர்வானது,
என்றும், எமது உணர்விலும் மேலானது...
வறண்ட பூமி மழையால் செழிக்கும் ,
வறுமை நிலையை உழைப்பே ஒழிக்கும்..
உடல் உழைப்பின்றி பொருள் எதற்கு ?
உண்மை உழைப்பே உயர்வு எமக்கு ...
மானம் உதிர்ந்து வாழ்க்கை இல்லை
மானம் ஒன்றே உயர்வின் எல்லை..
எதிலும், மதிப்பில்லா வாழ்வு எதற்கு ?
வாழ்வில் மதிப்பே உயர்வு எமக்கு ...

15. தோற்றம்

மனிதனின் பார்வை மனிதனை அழகாய் மாற்றும்,
அன்பாய் போற்றும், வாழ்வையே மாற்றும் , அது
சில மனிதனை போற்றும்,, பல மனிதனை தூற்றும்...
வண்ணத்தின் தோற்றம் கண்டு- தனது
எண்ணத்தை மாற்றும் மனிதன்,வானவில்
தோற்றம் கண்டு, வானையே கணிக்கின்றான்
பாவம் — வறுமையின் தோற்றம் கண்டு ,
மனிதன் மனிதனையே தூற்றுகின்றான் -ஆனால்
பொறுமையே தோற்றம் கொண்ட மனிதன்
தான்,"வாழ்வில்" அருமையாய் ஜெயிக்கின்றான் ...
மறைந்திருக்கும் மனதை காணாமல், மனிதன்
நிறைந்திருக்கும் பொருளையே பார்க்கின்றான் ...
வழக்கத்தில் நறுமணமாய் நடிக்கும் - மனிதன்
மனதில்-பழக்கத்தில் துருமணமாய் வீசுகின்றான்...
சிலர் வார்த்தையின் தோற்றம் , வாழ்க்கையையே போக்கும் ..
மதுவின் தோற்றம் மானக்கேடாய் மாற்றுவது போல ,
கற்றலின் தோற்றமோ ,நம்மை கற்றுக் கொடுக்க வைக்கும்...
அன்பின் தோற்றம், அகிலமே சேர்க்கும் ..
பண்பின் தோற்றம் பாசமாய் வீசும் ..
நட்பின் தோற்றம் நேசமாய் பூக்கும்..
உறவின் தோற்றம் உரிமையாய் ஓங்கும் ..
பணத்தின் தோற்றம் பகட்டாய் மாற்றினாலும் ,
புகழின் தோற்றம் தலைக்கணமாய் ஏற்றினாலும் ,
என்றும் ,எதிலும் "எளிமையின்" -தோற்றமே

இலக்கணமாய் மாறும் !
இரவின் தோற்றம், பகலில் விடிவதுபோல் —நம்
பிறப்பின் தோற்றம், முடிவில் ஜெயிக்கட்டும்!

16. காத்திருக்கும் வாய்ப்பு

வாழ்க்கையில் வாய்ப்புக்களை காத்து ஏங்கும் நண்பா ..
உன் வாழ்க்கையே வாய்ப்பாய் பூத்திருப்பது தெரியாதா?
மண்ணை நம்பி மண்ணாய் போனவர் பலர் இருக்க ,
தன்னை நம்பி விண்ணை தொட்டவர்கள் சிலரும் உண்டு.
மண்ணில்- பிறரை நம்பி மோசம் போனவர் பலர் இருக்க ,
தன்னை நம்பி வெற்றி வாசம் சூடியவர்கள் சிலரும் உண்டு
வாழ்வில் தரித்திரம் என்று சொல்லப்பட்டவர்கள் ,
தனது வாழ்வில் சரித்திரம் படைக்க வில்லையா ?
தனது வாழ்வில் பவித்திரம் அடையவில்லையா?
தடைக்கல்லை படிக்கல்லாய் எண்ணி வாழ்வில்..
நம்மை வாழத் தடுப்பவர்கள் தடுத்தாலும்
நம்மை ஆள நினைப்பவர்கள் மிதித்தாலும்
நாம் வாழ நினைப்பவர்கள் வாழ்த்தட்டும்
வாழத்தான் பிறந்தோம் வாழ்ந்து காட்டுவோம்

17. வெற்றியின் இலக்கு

வாழ்வில் இலட்சம் இருந்தால் போதுமா?
எமக்கு வாழ்வில் இலட்சியம் வேண்டாமா?
இலட்சம் இருந்தாலும் அழியக்கூடியது..
இலட்சியம் இறந்தாலும் ஒளிரக் கூடியது....
எங்கும் இலட்சியம் இல்லாத வாழ்வு,
என்றும் நிச்சயம் வெற்றி பெறுவதில்லை..
வாழ்க்கையில் இலட்சியம் வெற்றியின் ரகசியம்,
நிச்சயம் எமது வாழ்வின் அவசியம்..
அன்றைய சிலரின் இலட்சியங்கள் தான் ,
இன்று உலகில் அதிசயங்களாக உள்ளது .
வாழ்வில் இன்றைய எமது இலட்சியங்கள்
உலகில் நாளைய அதிசயங்களாக மாறலாம்...
பிறந்தோம், இருந்தோம், இறந்தோம் என்றில்லாமல்
பிறந்தோம் வாழ்ந்தோம் மக்கள் மனதில், என்றும்
இறந்தும் வாழ்வோம் என்ற இலட்சியத்தோடு .....

18. சிறைப்பட்ட மனிதன்

அறியாமையில் வாழ்ந்த மனிதன் -உலகில்
ஆறறிவு உள்ளதென்றும் வாழ்வில் -அது
தனக்கு மட்டுமே சொந்தமென்றும் பக்குவமாய்
பார்த்து பார்த்து அனுபவத்தில் வாழ்ந்துணர்ந்தான் ..
அறிவியல் வளர்ச்சியிலே வானிலே கால் பதித்தான்..
விஞ்ஞானம் துணைக்கொண்டு தினமும்- உலகில்
விதவிதமாய் விசித்திரங்கள் நிகழ்த்துகின்றான்..
நித்தமும் சிந்தையில் சிறைபட்டு- வாழ்வில்
நவீனம் என்ற போர்வையிலே மொத்தமாய்
தன்னைத் தானே தொலைத்து விடுகின்றான்.
கூண்டுக்குள் இருக்கும் பறவையைப் போல
வெளி உலகம் மறந்து விட்டு..
பாவம் -அறிவியல் நிம்மதி தருமென்றும் -கானல் நீர்
தாகம் தீர்க்கும் என்று தேர்ந்தெடுக்கின்றான் .
எனக் கூட்டுக்கு வெளியே உள்ள பறவை
ஓய்யாரமாய் சிரித்தது மனிதனை பார்த்து ...

19. மனித நேயம்

மனதில் ஏனடா காயம் ? உலகில்
மருந்தாக இருக்கு மனித நேயம்.
இங்கு இயற்கையில் எத்தனை காலம்..
எமது வாழ்வில் எத்தனை கோலம்..
இந்த ஒன்றைச் செய்தால் போதும்,
மனதில் அன்பாய் இருந்தால் நாளும் ,
வாழ்வில் அழகாய் பெறுவோம் யாவும்..
அன்பே உலகம் என்பதனால் -இறைவன்
அழகாய் உலகம் படைத்து விட்டான் ..
உயிர்களை வாழ அனுப்பி வைத்து,
அன்பால் ஆள வழி வகுத்தான்...
இங்கு அன்பை அழகாய் வடிவமைத்து
மனதை அதற்குள் தைத்து வைத்தான்..
அன்பை நாளும் ஏங்க வைத்தான் ...
வானம், அளவில் உயரம் என்றால்,
கடலில் ஆழம் அதிகம் என்றால்,
சூட்டால் சூரியன் எரிக்கும் என்றால்,
அன்பால் உலகம் ஆட்சி செய்யும்
அன்பு ஒன்றே மனதை வெல்லும் ..

20. கற்றுத்தந்த கொரோனா

உன்னை பற்றி அறிந்து கொண்டேன்
உண்மை முகம் புரிந்து கொண்டேன்
உலகம் முழுதும் உலுக்கி விட்டாய்
உனது புகழை உதிரி விட்டாய்
உனக்கு மனித உயிரே உணவாக
எங்கும் இறந்த உடலே பயிராக
சேர்த்துவைத்த காசு கூட செலவழிக்க வரம் கொடுத்தாய் ..
கௌரவமாக வாழ்ந்தவரும் கடனாளி ஆக்கிவிட்டாய் ...
வீதியை மறந்து விட்டோம் வீட்டினிலே முடங்கியிருந்தோம்
தேதியை மறந்து விட்டோம் , நல்ல சேதிகளை இழந்துவிட்டோம்
..
விஷமாய் உன்னை எண்ணி நல்ல விசேஷங்களும் ஒதுக்கிவிட்-
டோம் ..
சிம்மாசனம் கொண்டோருக்கும் சிம்ம சொப்பனமாக மாறிவிட்டாய்
..
சிங்கம் போல வாழ்ந்தவரை சீர்குலைய வைத்துவிட்டாய் ..
தங்கம் போல மதித்தவரையும், தகரம் போல் மிதிக்க வைத்தாய்
..
பண்டிகைகள் மறந்துவிட்டோம் ,நல்ல புத்தாடை இழந்துவிட்டோம்
..
அம்மிக்கல்லாய் இருந்தவரையும் ,ஆட்டுக்கல்லாய் ஆட்டிவைத்-
தாய் ..
காவல்துறை கண்களையும் கண்ணுறக்கம் கலைத்துவிட்டாய் ..
ஆட்சி செய்யும் அரசியலும் சாட்சியின்றி குழப்பிவிட்டாய் ..

கோயில் குலம் போகவில்லை ,எங்கும் கும்பாபிஷேகம் நடக்க-வில்லை ..

ஆலயங்கள் மூடியதால், எங்கும் ஆராதனை கேட்கவில்லை ..

பள்ளிவாசல் திறக்கவில்லை , அங்கு தொழுகை கூட நடக்க-வில்லை ..

பள்ளிக்கூடம் மூடியாச்சு! , எங்கள் கல்வி எல்லாம் பாழாய் போச்சு...

பரீட்சைகள் ஏதும் மில்லை ! கல்லூரி பட்டங்கள் யாரும் பெறவு-மில்லை..

காலத்தையே கரைத்துவிட்டாய் ! அதன் கோலத்தையே சிதைத்-துவிட்டாய் ..

இனி - காலமே எதிர்கொள்ளும் ! உனக்கு காலமே பதில் சொல்-லும் ..

ஒன்றுமட்டும் புரிந்து கொண்டேன் , உன்னால்

பட்டினியை பழகிக்கொண்டேன் ! ,பக்குவமாய் விளங்கிக்கொண்-டேன் ..

எத்தனை துன்பத்திலும் ,இனி எப்படியும் வாழ்ந்துகொள்வேன் ..

21. நாத்திகம்

நாத்திகம் பேசும் நண்பா.. இங்கு
நீ சாத்தியம் இருந்தால் கூறு ?
உலகில் வைத்தியம் கண்ட முறையும் ,
வாழ்வில் பைத்தியம் பிடித்துப் போக,
எமது பவித்திரம் வடித்த உடலில்,
உயிரை சூத்திரம் வைத்தவன் எவனோ?
மணித்துளி அளவு நினைத்தால் போதுமே,
பனித்துளியாய் மனம் படைத்தவனை புரியுமே!
உலகம் இயங்க இயற்கை தேவை,
இயற்கையை இயக்க எது பாதை ?
இயற்கை ஒன்றே சக்தி என்றால்
எங்கும் இயற்கை சீற்றம் எதற்காக ?
மனிதம் ஒன்றே சக்தி என்றால்
மண்ணில் பிறப்பும் இறப்பும் எதற்காக ?
மண்ணில் விதைப்பவன் விதை விதைத்தால்
அங்கே விளைச்சலை யார் கொடுப்பான் ?
உலகில் ஞானிகள் எல்லாம் இணையட்டுமே ,
அமுதாய் நீர்த்துளி ஒன்றை படைக்கட்டுமே?
கருவறையிலே கருவாக்கி உருவாக்கி- தாயின்
உயிருக்குள்ளே உயிர் வைத்து ,பசிதீர உணவளித்து
பத்து மாதம் சேகரித்து பக்குவமாய் பாதுகாத்து
பத்திரமாய் வெளிப்படுத்த சத்தியமாக யாருமில்லை..
இறைவன் சத்தியத்தின் உயர்ந்த எல்லை...
தூணின்றி வானை படைத்தவன் எவன் ?

நிறமின்றி காற்றைப் படைத்து -அந்த
காற்றிற்காக சுவாசம் கொடுத்து -அந்த
சுவாசத்தில் உயிரை வைத்தவன் எவன் ?
துணையின்றி சூரியனை படைத்து -வானில்
இணையின்றி சந்திரனை அமைத்து -நாளும்
காலம் நகர்த்தி காலத்தை கைப்பிடியில்
வைத்தவன் எவனோ அவனே இறைவன் ..
ஆத்திரம் என்னவென்றால் இங்கு ஆண்டவன்
பெயரைச்சொல்லி சாத்திரம் என்றும் கூறி
ஆண்டவன் இல்லங்களை அடியோடு அழிக்கின்றான்
இறைவனை ஏற்றுக்கொண்டும் நாத்திக வாதிகளாய்
கடவுள் தந்த அந்த ஒருத்தி)
கருத்தரித்து, உயிரில் பிரிவு எடுத்து
வயிற்றில் சுமந்து, உடலை பிரித்து
உறவை கொடுத்து கையில் எடுத்து
உணர்வை கொடுத்து ,அன்பை வளர்த்து
அதனை தொடுத்து, என்றும் நிலைத்து
பாசமே தன் சுவாசமாய் எண்ணி
கண்ணில் பொருத்தி,நெஞ்சில் நிறுத்தி
தன்னையே வருத்தி , நினைவில் நிறுத்தி
ஊர் போற்ற வேண்டும் என்றும் ,
பிறர் பழி சொல்லக் கூடாதென்றும் ,
நம் வழி காட்டும் வழிகாட்டி
நம்மை வாழ வைக்கும் சீமாட்டி
கடவுள் தந்த அந்த ஒருத்தி
என்றும், எங்கும்,எதிலும், எப்போதும்
நம் நெஞ்சில் அணையாத ஜோதி

நம்மை பெற்ற தாய் தானே

22. பெண்ணியம்

உலகம் சிறக்க உன்னத வழி
உண்மை உரக்க சொல்லும் மொழி
அகில உலகில் அன்பின் ஒளி
ஆண் இனத்தின் கண்ணின் விழி ...
தூணின்றி வானைப்படைத்த இறைவனுக்கு
துணையின்றி ஆணை படைக்க தெரியாதா ?
படைத்தவனின் அருமை, என்னவென்று,
எல்லாப் படைப்பினமும் பெருமை சொல்லும்.
ஆண் இனத்தின் அங்கீகாரம், அது
இறைவன் படைப்பினத்தில் ஒரு ஆதாரம்.....
அழகாய் படைத்தவற்றில் பெண்அம்சம் ,
அது எம்மை படைத்தவனின் சாராம்சம்....
.

எல்லா இனமும் போட்டி கொண்டால்
பெண்மை இனமே முதலில் வெல்லும்.
எதிலும் பெண் இனத்தின் கண்ணியம் ,
என்றும் அழியாமல் காப்பது புண்ணியம்
ஆண் பிள்ளை, பத்து பெற்றாலும்,
பெண் பிள்ளை ஒன்றுக்கு ஈடுண்டோ ?
பிறக்கும் போது அவள் பொக்கிஷம் ...
அழகாய் வளரும் பருவம் பொற்காலம்
உலகில் பெண்மையின்றி ஏதுமில்லை ,
பெண் இல்லையென்றால் யாருமில்லை
வாழ்வில், மானம் அவளது உயிராகும்,

என்றும், நாணம் அவளது மொழியாகும் ,
எதிலும் , வெற்றி அவளது வழியாகும்
சகிப்பே அவளது மூச்சாகும் -எங்கும்
மதிப்பே அவளது பேச்சாகும்- அவள்
உலகில் மானுடத்தின் தலை வாசல்
வாழ்க்கை முழுதும் முறை வாசல்
நல்ல வாழ்க்கை துணையும் வந்துவிட்டால்
அவள் வாழ்க்கை முழுதும் ஒளியாகும்....
தாய்மை பெரும் காரணத்தால் — எங்கும்
மனதில் தூய்மை நிலையே வாழ்வாகும்..
அவள் தெரிந்தெல்லாம் அன்பின் பெருக்கம்
அவள் வாழ்வே நமக்கு ரத்தின சுருக்கம் .
சில பொறாமை கொள்ளும் பெண்களாலே -
பெண்ணின் பெருமை தேய்ந்தே போகும்,
சில பெண்களின் தர்க்கம் குறைந்துவிட்டால்
அழகாய் ஆண்களின் வர்க்கம் புரிந்து கொள்ளும்
என்றும் உலகை, அன்பு ஒன்றே ஆட்சி செய்யும் ...

23. பெண்களும் போர்க்களமும்

பெண்மையை அழகாய் போற்றுகின்றேன் ..
பெண்ணினத்தை நித்தமும் வாழ்த்துகின்றேன் ..
அவள் வாழ்க்கை எப்படி என்றிருந்தேன் ..
அவள் வாழும் முறையைக் கண்டறிந்தேன்..
அவள் வாழும் அழகில் மகிழ்ச்சிக் கொண்டு
வாழும் விதத்தை வியந்து நின்றேன் ....
தனக்காக என்றும் வாழ்வதில்லை -அவள்
இல்லாமல் எங்கும் வாழ்க்கையில்லை ...
எத்தனை துன்பங்கள் ஏற்கின்றாள் -நாளும்
வாழ்வை துணிவாய் துணிந்து முடிக்கின்றாள் ..
வாழ்வில் எத்தனை துயரங்கள் வந்தாலும்
பிறரின் வாழ்வை நினைத்து வாழுகின்றாள் ..
வீட்டில் நூறு வேலையிருந்தும்-அழகாய்
தன் வேலையெல்லாம் முடித்துவிட்டு
நாளும் -வீட்டை விட்டு வெளியேறி
குடும்பச் சுமையையும் தான் எண்ணி
வேலைக்காகச் செல்கின்றாள்...
வேலைக்காக செல்லும் இடத்தில் -தன்
உடலையும் மனதையும் வருத்திக்கொண்டு
குடும்ப நலனை காக்கின்றாள் -நாளும்
வாழ்வில் உழைத்தே தேய்கின்றாள்...
ஆணினம் வாழ்வில் கோபம் கொண்டால்

பெண்ணினம் அதனை தாங்கிச் செல்லும் ..
தன்னலம் என்பதை மறந்து விட்டு -தன்
பிள்ளைகள் வாழ்வை பெரிதாய் கொள்ளும் ...
தொல்லைகள் ஆயிரம் இருந்தாலும்- வாழ்வில்
பிறர் பொறாமையில் தன் பெயர் கெடுத்தாலும் ...
பிறந்த பலனை பெற்றிடுவாள் -தனது
வாழ்வை அன்பால் வென்றிடுவாள் ...
என்றும் பெண்கள் வாழ்வு போர்க்களமே ...
இதனை புரிந்து கொண்டால் நற்குணமே..

24. புகழ்

வாழ்வில் புகழ் எதற்கு நண்பா ?
பகல் போனால் இரவு தானே ..
புகழ் போனால் சரிவு தானே ..
வாழ்க்கையிலே நகல் வாழ்க்கையிலே....
வானில்- உயரப் பறக்கும் பறவைகளும்
தரையில் இறங்க வேண்டும் உணவுக்காக..
வானில்- சுட்டு எரிக்கும் சூரியனும்
முறையாய் மறைய வேண்டும் இருளுக்காக...
வாழ்க்கை புகழுக்காக வாழ்ந்து வந்தால்
ஒருநாள் சரிவில் தானே முடியும் ...
புகழ்ச்சிக்காக வாழ்பவர்கள் போகப்போக புரியும்..
பிறர் மகிழ்ச்சிக்காக வாழ்ந்து வந்தால்,
அழகாய் மனதில்,வையகமே புகழும்...
வாழ்க்கை உயர்ந்த நிலை அடையும்..
வாழ்வில் எல்லா புகழும் இறைவனுக்கு
நினைத்து வாழ்ந்தால் ஜெயம் எமக்கு..
மண்ணில் -அரசன் முதல் ஆண்டி வரை
மனதில் கொஞ்சம் புகழுக்காக அடிமை ...
புகழின் தன்மை விலகிக் கொண்டால்
உலகில் வாழ்க்கை எல்லாம் இனிமை ...
புகழைத் தேடி சென்று விட்டால்
நிழலாய் தொடர்ந்து சரிவு வரும்
புகழை மறந்து நன்மை செய்தால்
புகழே எம்மை தேடி வரும் ....

(என் இனியவளே)

என் வாழ்வின் இனியவளே ..
என் வாழ்க்கைக்கு இணையவளே...
என் துணையும் நீயே.. என் இணையும் நீயே ..
என் அருமையும் நீயே.. என் பெருமையும் நீயே..
இறைவன் -என்னுயிரை இரண்டாக்கி
ஒன்றில் அதை அனுப்பி வைத்து
என்னுடலில் புகுத்தி விட்டான்.
மண்ணில் வந்து நான் பிறந்தேன்
அன்னை மடி நான் விழுந்தேன்...
மீதமான அவ்வுயிரை என்னுயிரில்
இணைப்பதற்கு பெண்மை என்னும்
பேரருளில் உந்தன் மூலம் அனுப்பி விட்டான்..
உன் தாய் மடியில் தவழ விட்டான்...
தன் ஆற்றல் புரிய வைத்தான்..
ஏதோ என் வாழ்க்கை என்றிருந்தேன் ?
வாழ்க்கை எதுவென்று தேடிச் சென்றேன்..
என் வாழ்க்கை என்னவென்று புரியவில்லை..
வாழ்வது வீணென்று நினைத்திருந்தேன்..
வாழ்க்கைத் துணையாய் நீ கிடைத்தாய்...
வாழ்க்கையின் அர்த்தத்தை நான் உணர்ந்தேன்...
வாழ்வின் ரகசியம் தெரிந்து கொண்டேன்...
வாழ்வதன் அவசியம் புரிந்து கொண்டேன்...
வாழ்வதே பாக்கியம் என மகிழ்ந்தேன்.
நீயே என்னுள் புதைந்த பொக்கிஷம்..
உன்னால் வாழ்க்கை ஆனது பரவசம்..
என் மனமோ என்றும் உன் வசம்...

25. காதல் செய்

கண்ணியமான காதலை காதல்செய்
புண்ணியமான காதலை காதல் செய்
தனக்கென்ற வாழ்வை தேர்வு செய்
கட்டுப்பாட்டுடன் காதலை காதல் செய்
நமக்கு கடவுள் தந்த உள்ளம்
என்றும் காதல் வாழும் இல்லம்
காதலில் கட்டுப்பாடு குறைந்து விட்டால்
கண்ணியம் தட்டுப்பாட்டில் வந்து சேரும்
வாழ்க்கை சிறக்க , வாழ்வே இனிக்க ..
நமது பெற்றோர்கள் தரும் நிச்சயத்திருமணம்
என்றும் அன்பே குறையாத அட்சயப்பாத்திரம்
நமக்கு மார்க்கம் சொன்ன நெறி
என்றும் இது மானுடத்தின் வழி
மனைவியிடம் சிறந்தவனே மானுடத்தில் சிறந்தவன்
கணவனுக்காக வாழும் மனைவியின் மனசு
இறைவனே தருவான் சொர்க்கமே பரிசு !
நம்மை கருவுற்ற காலம் முதல்
கரை சேர்க்கும் காலம் வரை
கவலைகள் வந்தாலும், கண்ணியம் குறையாமல்
சங்கடங்கள் வந்தாலும், சந்தோசம் தேயாமல்
பெற்ற பெற்றோர் மனதை பார்க்காமல்
வாலிபம் வயது வந்த காரணத்தால்
பிறரின் மோகம் கொண்ட வேகத்தால்
பிள்ளைகள் மற்றோர் சொல்லை நம்பி

பெற்றோரை மனதை சீரழிக்க வேண்டுமா ?
நினைவில் சிந்தித்து சீர்படுத்தவேண்டுமே'

26. தோல்வியை தோற்கடிக்கலாம்

வாழ்வில் தோல்வியே கண்ட இதயம்
எதனையும் துணிவாய் தாங்கும் கலயம்..
தோல்வி கண்டு துக்கம் எதற்கு? இனி
விரைவில் எமக்கு வெற்றி இருக்கு...
தொடர்ந்து முயன்றால் நினைத்தது நடக்கும்
முயற்சி தொடர்ந்தால் வெற்றியே நிலைக்கும் ..
முயன்றவர் யாவரும் தோற்றதும் இல்லை
தோற்றவர்கள் விடாமுயற்சியை தொடரவும் இல்லை ..
மனதிலே உறுதி இருந்தால், எங்கும்
அழகாய், தோல்வியை தோற்கடிக்கலாம்
எமது செயலிலே முயற்சி இருந்தால்,
அமுதாய், எதிலுமே வெற்றி காணலாம்
அந்த முயற்சி ஒருநாள் வெல்லும்
அன்று உலகம், எமது புகழ் சொல்லும்..

27. சுதந்திரம்

வெள்ளையனின் ஆட்சியிலே இந்தியருக்கு மோசம்
அவன் ஆட்சியிலே செய்ததெல்லாம் அனைவருக்கும் நாசம்
இதைக்கண்டு தாங்காத சிலரின் சுவாசம்
தன் நாட்டின் மேல் வைத்த நேசம்
ஒன்றுபட்டு எழுந்தது வெள்ளையனே வெளியேறு என்று ஒரு கோசம்.
ஒன்றுபட்ட கோஷம் கண்டு வேஷம் கொண்ட வெள்ளையன்
நம் நிம்மதியில் வறட்சி தந்த கொள்ளையன்
சூழ்ச்சியே கொண்ட சூனியன்
தான் இம்சைகள் தந்த ஆட்சியில்
சில அஹிம்சை கொண்ட நெஞ்சங்கள் வீரம் மிகுந்த சிங்கங்க-
ளால்
ஆட்சியை விட்டு ஓடிப்போக
ஓங்கி நிற்கும் ஒற்றுமை கண்டு ஒதுங்கிப் போக.
இனி இங்கு ஆட்சியை தொடர்ந்தால் வீழ்ச்சியே என்றெண்ணி.
சாட்சிகள் பல கொண்டு. நாம் மகிழ்ச்சியாய் வாழும் சுதந்திரம்
தந்தான் ஒழிந்து போனது வெள்ளையனின் தந்திரம்
ஒளிர்ந்து நின்றது இந்தியனின் மந்திரம் அது ஒற்றுமையின் சூத்-
திரம்
வந்தே மாதரம்
வந்தே மாதரம்

28. உணவு

அகில உலகம் அழகாய் படைத்து,
உலகம் இயங்க உயிர்கள் படைத்தான்.....
உயிர்கள் வசிக்க, உடலை அமைத்து,
உயிர்கள் புசிக்க ,உணவை கொடுத்தான்.....
உணவை உயிருக்கு கொடுக்க நினைத்து,
உடலில் பசியை படைத்து விட்டான் .
பசியை போக்க வழியைசொல்லி -அதனை
உடல் உழைப்பின் மூலம் அடையச்செய்தான்...
விதிமுறையை கற்றுத்தந்து ,உணவை
இயற்கை முறையில் விளைச்சல் வைத்தான்.
இயற்கை முறையை இணைந்து இருந்தோம்
இயல்பாய் ,இனிதாய் வாழ்ந்து வந்தோம்....
.

இன்று உலகம் போகும் பாதையினாலே,
இயற்கை வாழ்வை தொலைத்து விட்டோம்,
தொலைத்த வாழ்வை நாளும்எண்ணி -இன்று
நிலைத்த நோயை துணையாய் கொண்டோம்....
உணவே மருந்தென்ற, நிலையும்மாறி ,
மருந்தே உணவென்று,கொள்கைகொண்டோம் .
எமக்கு, இறைவன் தரும் பொருளாலே
பிறர் பசியை வாழ்வில் போக்கிடுவோம்....
வீண்விரையம் நாமும் தவிர்த்திடுவோம்....
பிறரின் பசியை நீக்க பழகிவந்தால்
இறையருளை நிச்சயம் பெற்றுவிடுவோம்.....

பிறர் பசியை போக்கமனமிருந்தும் ,இங்கு
சிலர் வாழ்வில் பொருட்கள் இருப்பதில்லை ....
இறைவன் — பொருட்கள் சிலருக்கு கொடுத்திருந்தும்
உணவால் ,பிறர்பசியை நீக்க நினைப்பதில்லை
மனதில்-மனிதன் மனிதனை பார்ப்பதில்லை ....
மனிதன்-மனித நேயத்தை இழந்துவிட்டான் .....
மனிதன் மனிதனையே மறந்துவிட்டான் ......
பிற உயிர்மேல் இரக்கம் காண்பித்தால்
இறைவன் நேசம் கிடைத்துவிடும் .....
இறைவனின் நேசம் கிடைத்துவிட்டால்
எமக்கு ,சொர்க்கவாசல்திறந்துவிடும் ....

29. இந்தியா

இந்தியா என்று கூறு! என்றும்
அது விந்தையாய் இருக்கும் பாரு!
இந்தியா எமது தேசம்! என்றும்
இது ஒவ்வொரு இந்தியனின் சுவாசம்!
இங்கு தோன்றியது எதுவும் இலக்கியம்!
இங்கு பிறந்தது எமது பாக்கியம்!
இமயம் இருப்பதும் என் நாடே!
நல்ல இதயம் மிகைத்ததும் என் நாடே!
சமயம் மிகைத்ததும் இந்நாடே!
அதிலே சமத்துவம் திகழ்வதும் என் நாடே!
இயற்கை வளமும் என் நாடே!
எல்லாம் இயல்பாய் வாழ்வோம் ஒன்றோடு !
உலக அதிசயம் என்றாலே,
உலகம் அவசியம் சொல்லும் என் நாடே!
நிகழும் அறிவியல் உலகினிலே,
திகழும் எமது புகழ் தானே!
இலஞ்சம் வாங்கும் அன்பர்கள்,
கொஞ்சம் நெஞ்சம் வைத்தாலே போதும்,
மிஞ்சும் அந்த பொருளாலே!
எமது பஞ்சம் அறவே ஒழிந்திடுமே !
உலகில் முதலாய் திகழ்ந்திடுமே !
உண்மை உணர்வில் விளங்கிடுமே !
நன்மை மட்டும் சேர்ந்திடுமே !
வன்மை யாவும் ஒழிந்திடுமே ! இங்கு

எல்லாம் கொண்ட காரணத்தால்
எல்லா வளமும் கிடைத்திடுமே !
உலகில் உள்ள நாடுகள் யாவும்
பொறாமை மட்டும் கொண்டிடுமே !

30. அழகி

உலகத்திலஅழகான செவத்த பிள்ள- உன்
கறுத்த மச்சான் மனச கொள்ளையடிச்ச
சாயங்காலம் பொழுது போல உன் தேகம்
உன்ன நெனச்சாலே என் சோகமெல்லாம் போகும்..
உன்னை பார்க்கும் அந்த வேளையில
வயிறு நல்லா பசியாற மறுக்குதடி.
மனசே உன் பேச்சுலதான் மயங்குதடி.
உன்னிடம் பேசிக்கிட்டே இருக்க துடிக்குதடி ..
வேற எதுவும் எனக்கு பெரிசு இல்லை
நீ கிடைச்சதே எனக்கு போதுமடி
மனசுல மச்சான பத்திரமா பாத்துக்கடி
இந்த உடலும் உயிரும் உனக்கே வாழுதடி...

31. கொரோனா பிடியில்

விழிமேல் விழி வைத்து -நாளும்
கண்ணிலே உறக்கம் தொலைத்து ,
தன் குடும்பத்தை தான் மறந்து,
நமக்காக கால்கடுத்து அல்லும் பகலும்
நின்று காக்கும் காவல் துறையும் ...
நமக்கு தொற்று என்ற வார்த்தையிலே
சொந்தம் கூட ஓடி போகும்-வேளையிலே
தொற்று நோய் என்றிருந்தும் -துணிவாய்
தொட்டுப் பார்த்து நோய் தீர்க்கும்
மருத்துவத்துறையும்...
சுற்றுச் சூழல் மாசுபட்டும் -இன்று
சூழ்நிலைகள் கேடுகெட்டும் -இங்கு
சுற்றி வரும் வேளையிலே- நாடு
சுகம் பெற வேண்டுமென்றும்- நாம்
சுத்தமாய் இருப்பதற்கும் - நாளும்
சுற்றி திரியும் சுகாதாரத்துறையும் -இங்கே
தன் உடலாலும் தன் உள்ளத்தாலும்
நமக்காக தியாகம் செய்வது--உண்மையாக
இல்லையென்றால் உலகம் என்றோ
அழிந்திருக்கும் கொரோனா பிடியில் ....

32. இறைவேதம்

மனித குலம் சிறப்பதற்கும் - உலகில்
மானுடம் நிலைப்பதற்கும் - அழகாய்
இறை தூதர் நபி(ஸல்) மூலம் - தெளிவாய்
இறைவன் எமக்கு தந்த இறைஞானம்,
உலகப் பொதுமறைக் கொண்ட வேதம்,
நித்திய ஜீவன் திருமறை அல்குர்ஆனே . ....
விஞ்ஞானம் வியந்து நோக்கும்- என்றென்றும்
இறைவனின் விசித்திர வசனங்களிலே...
அஞ்ஞானம் அழிந்து போகும் ஆண்டவன்
இல்லை என்னும் நாத்திக மனங்களிலே ...
மெய்ஞ்ஞானம் ஒளிர்ந்து நிற்கும் —— என்றும்
இறைவன் ஒருவனென்ற உள்ளங்களிலே..
சிறப்பாய் - காதில் ஓதுவதைக் கேட்டாலே நன்மை,
வசனங்கள் அத்தனையும் அத்தாட்சிகளின் உண்மை....
முரட்டுக் குணம் கூட மாறிடுமே மென்மை,
மனதில் மாற்றம் ஒன்றுதானே இறைவேதத்தின் தன்மை...
மனதில் மனனம் கொண்டால் வேதமே சிபாரிசு,
இறைவன் தருவதோ நிச்சயம் சொர்க்கமே பரிசு...
நாவில்- ஓதி வந்தால் நாளும் -வாழ்வில் ,
நிச்சயம் அழகாய் பெறுவோம் யாவும் ...

33. உலகின் பொக்கிஷம்

அகில உலகின் அதிபதி — நமக்கு
இங்கு அழகாய் கொடுத்த வெகுமதி
எமது ஈருலகின் பிரதிநிதி , அவர்கள்
விண்ணில் என்றும் இளைக்காத முழுமதி
இறையே போற்றும் இறுதி நபி
உலகம் போற்றும் உம்மி நபி
உயிர்கள் வாழ்த்தும் உன்னத நபி
உண்மை உணர்வில் உத்தமர் நபி
இறைவன் ஒருவன் என்று ஆதாரம்,
நபி இனிய இஸ்லாத்தின் அடையாளம்
ஏக இறைவனின் ஒளியாகும், நபி
இறை வேத குர்ஆனின் வழியாகும்
அந்த பாலைவனத்தின் ஜோதி, நபி
என்றும் ஏழை மக்களின் ஜாதி
சொர்க்கம் என்பது வேண்டும் என்றால்
அந்த சொர்க்க வாசல் நபியாகும்.
ஈமான் கொண்ட மக்களுக்கு நபி
வார்த்தை ஒன்றே உயிராகும், அது
நாம் சொர்க்கம் செல்லும் வழியாகும்
பெயரை சொன்னால் போதும், எங்கும்
நபி புகழை சொல்லும் யாவும்.
நபி வழியை தொடர்ந்தால் போதும் ,
நிம்மதி அழகாய் வந்து சேரும்
நபியே எங்கள் பொக்கிஷம் , அந்த

வாழ்வியல்

நபியே எங்கள் வாழ்வின் பொற்காலம்
இங்கு காற்று மண்டலம் கரைந்தாலும்
தொடர் கடல் அலைகள் ஓய்ந்தாலும்
நபியை புரிந்தவர் மட்டும் புகழட்டும்,
புகழ், உலகம முழுதும் திகழட்டும்
புகழை எங்கும் புரியாதவர்கள், விரைவில்
மண்ணில் அண்ணல் புகழை மொழிந்திடுவர்
உலகக் கவிஞர்கள் சேர்ந்தாலும் நபி
புகழை பாடி முடிக்க முடியாது
கயவர்கள் ஒன்று சேர்ந்தாலும் எங்கள்
நபி புகழை ஒழிக்க முடியாது

34. இறைவா

இறைவா உன்னை போற்ற- அதற்கு
எதுதான் உவமை எங்கே இருக்கு?
உன் படைப்பை பார்த்தால் நாளும் எனக்கு
வியப்பாய் என்றும் யாவும் இருக்கு..
உனக்கு இணை நீயே தவிர,
உன்னை புகழ,எமது உள்ளம் மகிழ ..
மணத்தை கொடுக்க மலரை படைத்தாய்..
இரவின் ஒளியாய் நிலவை படைத்து ,
பகலின் விழியாய் கதிரவன் படைத்தாய் ..
பாதி உலகம் கடலை படைத்து,
மீதி உலகம் திடலை படைத்தாய் ..
எட்டாத உயரில் வானை படைத்து ,
வற்றாத முறையில் கடலை படைத்தாய்..
மண்ணின் மீது மழையை படைத்து,
மலையின் மீது நதியை படைத்தாய் ..
எழில்மிகு இயற்கை படைத்து,
உயிர்கள் வாழ வழிகள் செய்தாய்..
கோடி உயிர்கள் விதமாய் படைத்து,
கூடி வாழ ஜோடிகள் படைத்தாய்..
வானுக்காக மண்ணை படைத்தது ,
ஆணுக்காக பெண்ணை படைத்தாய்..
அனைத்தும் இயங்க காலம் படைத்து ,
காலத்தின் பிடியை நீயே வைத்தாய்..
உடல் இயங்க உயிர் படைத்து ,

உயிர் சிறக்க உள்ளம் படைத்தாய் ..
உள்ளம் படைத்த இறைவா- உனக்கு
நன்றி சொல்ல வார்த்தை உண்டா ?
உன் படைப்பை கண்டு வியந்து போக
உன் ஆற்றல் கண்டு பயந்து வாழ,
மனிதனை மட்டும் உனக்கே படைத்தாய், ஆனால்
மனிதன் உன்னை மறந்த நிலையில்,
மனித வாழ்வின் அழகைப்பொருத்து
சொர்க்க நரகம் தேர்ந்து கொடுப்பாய்..
உன் பொறுத்ததோடு சொர்க்கம் செல்ல..
என்னை அருத்தத்தோடு வாழ வைப்பாய்..

35. ரமழான் மாதம்

சங்கையான ரமழானை எமக்கு- இறைவன்
சன்மார்க்கம் வழியில் அழகாய் கொடுத்து,
சந்தோஷம் என்ற மொழியில் அமைத்து
சஞ்சலம் தீர்க்கும் வழியை தந்தான்...
நோன்பு- பாவங்கள் போக்கும் கேடயமாகும்..
நாளும் நன்மைகள் சேர்க்கும் கலயமாகும்..
ரமழான் இறைவன் தந்த பொக்கிஷமாகும்...
அமுதாய் இறைவேதம் கிடைத்த அற்புதமாகும்...
நோன்பு- மனிதனின் வாழ்வை முறையாய்
கற்றுத்தரும் ஈகை குணத்தின் மொழி...
மனிதன் உள்ளத்தின் இருளின் ஒளி...
தொடர்வது அழகனால் சொர்க்கத்தின் வழி...
ஆயிரம் மாதங்கள் சேர்ந்தாலும் அழகாய்
லைலத்துல் கத்ரு இரவுக்கு ஈடுண்டோ ?
சிறிது நண்மை ஒன்று செய்தாலும்
கணக்கில் எழுபது மடங்கு உயர்த்திடுமே ...
இறைவன் -அழகாய் படைத்த உயிர்களெல்லாம்
நோன்பை நோற்கும் மனிதர்களுக்கு -மண்ணில்
வாழ்க்கை சிறக்க வேண்டுமென்று- இறைவனிடம்
நாளும் பிரார்த்தனை அழகாய் செய்திடுமே ...
எமக்கு நோன்பு என்பது கடமையானதால்
அதிலே மாண்பு என்பது உடைமையாகும்..
பசியை அனைவரும் உணர்வதினாலே -வாழ்வில்
பிறர் பசியைத் தெளிவாய் உணர்ந்திடுவோம் ..

பிறர் பசியை நாளும் போக்கிடுவோம் .
வாழ்வில் ஈகை குணத்தால் சிறந்திடுவோம்..
வாழ்வில் எம்மை படைத்த இறைவனைத் தவிர
பிறரிடம் ஆதாயம் தேடாமல் வாழ்ந்திடுவோம்...
வாழ்வில்..ஆகாயம் போல உயர்ந்திடுவோம்....
இறைவனுக்கு நன்றியுள்ள அடியானாய் திகழ்த்திடுவோம்
வாழ்க்கை வீணாக கழிகின்றதே என்று
நீயாக புலம்பாதே அதனை தானாக
முயன்று பார் தேனாக மாறிவிடும்..
போதுமென்ற குணம் கொண்ட குடும்பத்தில் நிம்மதியே ததும்பி
நிரம்பும் ...கட்டுப்பாடு உள்ள குடும்பமே எதிலும்
தட்டுப்பாடு இல்லாமல் வாழும் ....

ஆசிரியர் உரை

அன்பானவர்களே !

சா.நாகூர் பிச்சை என்ற நான் திண்டுக்கல் மாவட்டத்தில் பேகம்பூர் பகுதியில் பிறந்தேன் என் இளம் வயதிலிருந்தே தமிழ் மேல் கொண்ட பற்றினால் தமிழை நேசிப்பதிலும் படிப்பதிலும் எழுதுவதிலும் ஆர்வம் கொண்டே இருந்தேன் .என்னுடைய எழுக்களுக்கு எனக்கு ஊக்கம் கொடுத்தவர்கள் என் மனைவியும் என் தாயும் என் தோழர்களுமே !

www.ingramcontent.com/pod-product-compliance
Lightning Source LLC
LaVergne TN
LVHW041547060526
838200LV00037B/1171
* 9 7 8 1 6 3 9 5 7 2 7 7 9 *